NATURALISMO

tula ni | poem by

JUBERT CABREZOS

may introduksyon ni | with an introduction by
Dra. Reinabelle Reyes
iginuhit ni | illustrated by
Marikit Arellano

*bilingual text in original Tagalog
and parallel English translation by the author*

authorHOUSE®

AuthorHouse™
1663 Liberty Drive
Bloomington, IN 47403
www.authorhouse.com
Phone: 1 (800) 839-8640

Introduction by Dr. Reinabelle Reyes
Cover art and illustrations by Marikit Arellano
English translation by the author
Photograph of the author by Kriselle Cartalla

Published by AuthorHouse   11/01/2017

ISBN: 978-1-5462-0955-3 (sc)
ISBN: 978-1-5462-0954-6 (e)

INTRODUKSYON

Para sa karamihan ng mga Pilipino, ang agham ay isa lamang mahirap na asignatura sa paaralan na kailangang ipasa. Kadalasa'y humahantong ang aralin at pagsusulit sa pagsasaulo ng mga pangalan at mga taon na hindi naman tunay na esensya ng siyensya. Dapat mabatid na mas importante ang mga natuklasang kaalaman tungkol sa ating mundo nang dahil sa agham. Nakakapanlumong hindi ito naipaparating sa nakararami.

Dahil sa teknikal na aspeto ng agham, inaakala ng iba na ito ay para lamang sa mga siyentipiko at mga eksperto. Inaakala ng marami na kailangan ng matematika't mga komplikadong pormula upang maunawaan ito. Sa katunayan, tulad ng sining— musika, panitikan, teatro, atbp.—ang mga prutas ng agham ay para sa lahat.

Ito ang pinapatunayan ng akdang ito na isang tulang ipinapakita ang kagandahan, kapangyarihan, at kabuluhan ng kalikasan, mula sa lente ng agham. Binigyang pansin ng may-akda ang ritmo ng lenggwahe kasabay ng siyentipikong paliwanag.

Marami rin ang nagaakalang ang kaalaman mula sa agham ay nakababawas ng puri sa kagandahang taglay ng kalikasan. Ngunit salungat ito sa katotohanan. Ika nga ng Amerikanong pisisistang si Richard Feynman, "Hindi nakakabawas, kundi

INTRODUCTION

For a most Filipinos, science is just a nuance school subject that needs to be passed. The learning experience often results in rote memorization of names and dates that does not represent the very essence of science. We ought to understand the importance of science in discovering the world. It is quite disturbing that this is not what is happening.

Because science is a bit technical in nature, some people thought that this is only for scientific experts. They thought that science needs understanding of hardcore mathematics and complicated formulas to grasp it. But actually, science is just like the arts— music, literature, theatre, etc.—the fruit of science is really for all.

This is what this work proves to us through a poem that gives us the beauty, power, and meaning of nature through the eyes of science. The poet-author made use of the rhythm of language to explain science.

A lot of us thought that a scientific view of nature distorts its beauty. Actually, it gives us the opposite. In the words of the American physicist Richard Feynman, "It does not distort it, but nakadaragdag pa"; hindi nagtatanggal ng pagkamangha, sumakatwid ay nakakapagpalalim pa nito.

Sa bawat berso ng akdang ito, ipinapahayag ang engrandeng istorya ng ating mundo—mula sa kapanganakan hanggang kamatayan, at muling kapanganakan. Ipinapamahagi ng akdang ito ang mga prutas ng agham, mga natuklasan ng sangkatauhang hindi tumitigil sa pagtatanong.

—*Dra. Reinabelle Reyes*
  Lungsod Taguig

rather makes it even clearer"; it does not cut the sense of wonder, in fact, it makes it more wonderful.

Every verse in this work shows us the grand history of our world from its birth to its impending death, and rebirth. This work presents the fruits of science and the discoveries of men who never stop asking questions.

—*Dr. Reinabelle Reyes*
    Taguig City

AKLAT I

Proema

INANG KALIKASAN, Kaluluwa ng Daigdig, Inang Gaya,
Sa'yong sinapupunan umusbong ang mga bagay na luntian at namumulaklak
At ang mga bagay na humihinga at tumitibok.
Sa'yong sinapupunan din umusbong ang mga kaluluwang hindi matahimik
Na nais tuklasin ang katotohanan sa likod ng misteryo ng daigdig.

Kaya naman, Inang Gaya, tulungan mong tuklasin ng isang butil ng buhangin
Ang hangganan ng disyerto kung saan siya naglalakbay
Gaano man kahirap ang aming wika
At ganoon man kasalimuot ang aming mundo.

Sa'yong sinapupunan, ako'y sumulpot
At hinayaang humigop sa iyong suso.
Kaya sa iyo'y muling humihingi ng lakas
Nang maihandog ko sa iyong mga anak ang tulang ito
Na tungkol sa kalikasan ng mga bagay.

Layunin ng tulang ito na durugin ang tanikala ng dogmatikong kaisipan
Na bumabalot sa leeg ng iyong mga anak
At ihatid sila sa liwanag ng siyentipiko at materyalistikong pagtanaw.

Proem

MOTHER NATURE, Spirit of the World, Mother Gaea,
From thy womb arose the things green and blooming
And the creatures that breathe and beat
As well as those untiring souls
Who longed to discover the truth behind the mystery of the cosmos.

So, I pray unto thee, Mother Gaea, to help a grain of sand
See the end of the desert where he dwells
Despite the poverty of our language
And the misery of the world.

From thy womb I was bought into existence
And thou hast let me drink from your breast.
So, I pray unto thee to, once again, give me strength
So that I could give thy children
This poem on the nature of things.

In this poem, I have no desire but to break the shackles of dogmatic thinking
Choking thy children's necks
And bring them to the light of scientific and materialistic thought.

Inang Gaya, gabayan mo ang aming mga kaluluwa

Na matuklasan ang katotohanan sa likod ng iyong misteryo.

Amen.

1.

Noong unang panahon, inakala ng mga Griyego

Na ang mga lindol ay mga pagpapahiwatig ng mga diyos ng kanilang galit.

Ngunit may isang pilosopo mula sa Mileto ang sumalungat sa paniniwalang ito.

Sinabi ng pilosopong ito na si Tales

Na ang mundo raw ay lumulutang sa isang karagatan ng tubig

At ang mga paggulo sa karagatang ito ang lumilikha ng mga lindol.

Sa kasalukuyan, alam na natin na ang mga lindol ay dulot ng paggalaw ng lupa

Sa tuwing may paggulo sa karagatan ng nagbabaga at tunaw na bato na siyang nilulutangan nito.

Alam na natin na mali ang paliwanag ni Tales tungkol sa mga lindol,

Ngunit ang kaisipang iniwan niya tungkol sa kalikasan at kalawakan

Ay nananatiling impluwensyal sa paglago ng siyentipikong kaisipan.

Sinasabi ni Tales na ang kalawakan ay pinapagalaw, hindi ng mga diyos, kundi ng mga batas ng kalikasan.

Guide our souls, O Mother Gaea,

In our search for the truth behind thy mystery. Amen.

1.

Once upon a time, the Greeks thought

That earthquakes are signs of the anger of the gods.

However, a philosopher from Miletus thought otherwise.

The philosopher Thales said

That the world is actually floating on an ocean of water

And the disturbances in this ocean causes earthquakes.

Today, we now know that the earthquakes are caused by the movements of the tectonic plates

Whenever the sea of brazen and molten rocks, where these plates float on, is disturbed.

We now know that Thales's explanation on earthquakes was wrong,

But the school of thought he left us about nature and the universe

Is still influential in the development of scientific thought.

Thales said that the universe is governed, not by the gods, but by the laws of nature.

Walang kung anong kababalaghan
O gawain ng isang diyos
O kung anong pamahiin na walang basehan
Ang nakakaapekto dito.

Hindi naman nahuhulog ang mga bato dahil hinahatak sila ng mga demonyo pababa,
Kundi dahil sa puwersa ng grabidad ng daigdig
Na humahatak sa mga bagay tungo sa gitna nito.
At hindi rin nagkakaroon ng kidlat sa kalangitan
Dahil nagaamok ang diyos na si Zeus,
Kundi dahil sa dagitab sa mga ulap.
At lalong hindi nagkakaroon ng bahaghari tuwing maambon ang panahon
Dahil ito ang tanda ng Diyos na hindi na muli mauulit
Ang Dakilang Pagbaha noong panahon ni Noah,
Kundi dahil hinahati ng mga patak ng ambon ang puting ilaw
Upang maghiwalay ang mga kulay ng bahaghari.
Ang kaisipang ito na ipinamana
Ng unang siyektipikong si Tales
Ang tinatawag natin ngayong *naturalismo*.

Sige, patunayan mong mayroong basehan ang mga pamahiin.
Patunayan mo na malas ang pagwawalis tuwing gabi
Dahil mawawalis mo palabas ang swerte.
Patunayan mo na matagal maghilom ang sugat na kuha sa mahal na araw.

No supernatural force
Nor any divine intervention
Nor any superstition
Affects the world.

Rocks fall, not because some sort of a demon drags it down,
But because earth's gravity
Pulls it towards its center.
And lightning does not occur in the sky
Because the god Zeus is angry
But because of the electricity in the clouds.
And rainbows don't show when it's drizzling
Because it's God's covenant
That the Great Flood during the time of Noah will never happen
again,
But because drops of rain diffracts the rays of white light
So that different rainbow colors would separate from each other.
This thought bestowed upon us
By the first scientist Thales
Is what we call *naturalism*.

Okay, prove to me how superstitions have bases.
Prove to me how sweeping the floor at night is bad luck
Because we would sweep out the good luck.
Prove to me how wounds caught during Holy Week would take
longer time to heal.

Patunayan mo na malas ang magkaroon ng balat sa puwet.

At patunayan mo na swerte ang pangongolekta ng mga bilog na prutas tuwing bagong taon.

Kung matino at malusog ang pagiisip mo

Hindi mo sasabihing, *Hindi naman masama ang maniwala*

Bilang katwiran sa dilim ng iyong pagiisip.

May himala! May himala!

Sige, patunayan mong may himala.

Patunayan mo rin na kayang manggamot ng mga pari at mga rebulto.

Patunayan mong totoo ang sinasabi ng albularyo

Na engkanto ang dahilan ng pagkasakit mo.

Kung pakiramdam mo'y gumaling ka sa sakit mo

Dahil sa mga dasal ng pari at ng albularyo

At ng paghawak sa mga negrong rebulto,

Maaaring biktima ka ng *epekto ng plasibo*.

Ang epekto ng plasibo ay ang pangyayari kung saan pakiramdam ng pasyente

Ay gumaling na siya mula sa isang sakit

Kahit isang di-epektibong panggagamot ang kanyang kinuha,

Dahil nakondisyon ang kanyang isip na epektibo

Ang isang hindi talaga epektibong panggagamot na kanyang kukunin.

Paano nga ba natin nalalaman kung totoo o siyentipiko ang isang ideya?

Paano natin malalaman kung nakabase ba talaga ito sa realidad?

Prove to me how it is bad luck to have a birthmark in the ass.

And prove to me how it is good luck to collect round fruits for
New Year's Day.

If your mind is sane and healthy

You wouldn't say, *You won't lose something if you just believe*

As a reason for your shallow thinking.

It's a miracle! It's a miracle!

Okay, prove to me that there are a miracle.

Prove to me how priests and idols could heal us.

Prove how the folk-healer's true

When he said that evil spirits gave you diseases.

If you thought your illness was cured

By prayers chanted by priests and folk-healers

And by touching negro idols,

You might have been a victim of the *placebo effect.*

The placebo effect is when a patient felt

Cured from an illness

Even when he just took an ineffective medicine.

This is because his mind was conditioned that the medicine was
effective

Even though it is really not.

How do we know when an idea is true or scientific?

How do we know if it is really based on truth?

Paano nga ba nagiisip ang isang siyentipiko?

Una'y magmamasid ka sa mga nangyayari sa iyong paligid.

Pangalawa'y bibigyan mo ng edukadong hula

Kung ano ang dahilan sa pangyayaring iyong nakita.

Kailangang nakabase ang iyong edukadong hula sa kaisipang naturalismo

Upang maging malapit ito sa realidad.

Kung ilalagay natin sa ating hula

Na ang sanhi ng pagkahulog ng mansanas mula sa puno

Ay mga multo o mga demonyo

Hindi ito maituturing na siyentipiko at magiging katawa-tawa lamang ito.

Pangatlo'y susubukin mo ang katotohanan ng edukadong hulang iyong ginawa

Gamit ang eksperimentasyon o mas malalim na obserbasyon.

Kung pinatunayan ng eksperimento o obserbasyon na mali ang iyong edukadong hula,

Kailangan mong lumikha ng isa pa't subukin muli ito.

Paulit-ulit mo itong gagawin

Hanggang sa makuha mo ang tamang edukadong hula.

Sa puntong ito, maaari ka nang bumuo ng konklusyon

At lumikha ng isang teorya.

Ang paraang ito ay ang *paraang siyentipiko*.

(Maisingit ko lang: Lingid sa kaalaman ng marami,

Ang salitang 'teorya' sa agham ay isang napatunayan nang ideya.

Kaya ang teorya ng ebolusyon ay napatunayan na

How does a scientist think?

Firstly, you observe what is happening around you.

Secondly, you'll formulate an educated guess

On how the thing you saw happened.

Your educated guess must be based on naturalistic thought

So that it would be close to reality.

If we put in our guesses

That the cause why apples fall from trees

Were ghosts or demons

It will not be considered scientific or it would only look like a joke.

Thirdly, you will test the truthfulness of the educated guess you made

By experimentation or making further observation.

If the experiment or observation proved your educated guess wrong,

You need to formulate another one and test it again.

You'll do this again and again

Until you get the right educated guess.

At this point, you can now draw a conclusion

And make a theory.

This is the scientific method.

(I just wanted to add: Contrary to what most knew,

The word 'theory,' in the scientific sense, means a validated idea.

So the theory of evolution was in fact validated

At may sapat itong mga ebidensya.)
Walang rehas ng ideolohiya o kahit anong kaisipang dogmatiko
At armado ng paraang siyentipiko,
Ang taong siyentipiko ay ang pinakamalayang palaisip.

Ang mga pisikal na bagay sa kalawakan ang tanging totoo.
Walang mga bagay sa labas nito
Sa itaas man o ibaba nito.
Kung anong hindi mo mapatunayan ay hindi totoo.
Kung anong hindi mo masukat ay hindi totoo.
Walang mga bagay na tunay
Sa itaas man o ibaba nito.

Kung maniniwala ka na lang rin sa mga multo at lamang lupa
Bakit hindi ka na rin maniwala sa mga *sirena* at *unicorn*?
Kung maniniwala ka na lang rin sa isang Arabo o Hudyong Diyos
Bakit hindi ka na rin maniwala kay *Zeus, Neptune, Venus* at *Flying Spaghetti Monster*?
Kung ibabase mo ang iyong mga paniniwala sa ilang libong taon nang laos na libro
Bakit hindi ka pa bumalik sa pinanggalingang panahon ng librong iyon
Tutal ganun din naman kaatrasado ang utak mo?
Kung maniniwala tayo sa mga impormasyong walang basehan,
Para saan pa't nagkaroon ng pagiisip ang tao?

Hindi ang kalawakan ang dapat magbago para sa mga paniniwala ng tao,

And there is enough evidence to support this.)
Unbound by any chains of any ideology or any dogmatic thinking
And armed by the scientific method,
The man of science is the freest thinker.

All the physical things in the universe are the only true.
Nothing dwells outside them
Not even above nor under them.
What you cannot prove cannot be true.
What you cannot measure cannot be true.
Nothing is true
Not even above nor under them.

If you'll believe in ghosts and earthly spirits,
Why don't you try believing in mermaids and unicorns as well?
If you'll believe in an Arabic or Jewish God,
Why don't you try believing in *Zeus, Neptune, Venus,* and the
Flying Spaghetti Monster as well?
If you'll base your beliefs in a book obsolete for thousands of years,
Why don't you try going back to when that book was written
Since that's how backward your thinking is?
If we believe in baseless information
Then what are our brains for?

The universe won't adjust itself for human beliefs;

Ang mga paniniwala ng tao ang dapat magbago
Upang bumagay sa kung ano ang kalawakan.

2.

Labing apat na bilyong taon sa nakaraan,
Isinilang ang kalawakan mula sa Dakilang Pagsabog.
Noong una'y sing liit lamang nito ang atom,
At dahil sa puwersa mula sa Dakilang Pagsabog,
Nagsimulang lumawak ang sansinukob.

Ang Dakilang Pagsabog ang pinagmulan ng kalawakan
At kung iyong tatanungin ang pinagmulan nito,
Tila tinanong mo na rin kung ano ang timog ng timog.

Nabuo ang unang mga atom na bumuo sa unang mga bituwin.
Namatay ang unang mga bituwin at ipinanganak ang mga bagong
bituwin mula sa kanilang mga labi.
Nabuo rin ang unang mga kumpol ng mga bit'win na tinatawag
nating mga galaksi.

Higit apat na bilyong taon sa nakaraan,
Nabuo ang ating araw at mga planeta't buwan na nakapaloob sa
sistema nito
Kabilang dito ang ating sariling daigdig at buwan.
Nabuo ang sistema ng araw mula sa isang ulap na labi ng isang
namatay na bituwin.

Isang bilyong taon ang lumipas matapos mabuo ang ating daigdig,

Human beliefs themselves must adjust
To fit itself to what the world really is.

2.

Fourteen billion years ago,
The universe was born from the Big Bang.
At first, it is only the size of an atom,
But because of the force from the Big Bang,
The universe started to expand.

The Big Bang is where the universe originated
And if we ask where the Big Bang itself came from,
It is like asking where the south of south pole is.

The first atoms formed and from them formed the first stars.
The first stars died and the new stars were formed from their
remains.
Collectives of stars started to form which are what we now call
galaxies.

Over four billions years ago,
Our sun was born as well as the planets and moons inside its
system—
One of them was our own planet earth and moon.
The solar system was formed from a cloud remains of a star.

One billion years had passed after the world was formed,

Sumulpot ang unang selyula na nabuo mula sa isang reaksyong kemikal

Na dulot ng pagtama ng kidlat sa mga kemikal ng ating batang mundo.

Ang unang selyula ang naging ugat ng lahat ng mga sanga ng Puno ng Buhay.

Sumulpot ang unang mga halaman at hayop sa mga karagatan ng ating musmos na planeta.

Dumami ang uri ng mga halaman at hayop dahil sa proseso ng ebolusyon.

Lumangoy ang unang mga isda sa sinaunang karagatan.

Nagsimulang gumapang ang mga halaman mula sa tubig tungo sa lupa

At nilinis ang hangin ng ating planeta.

May mga isdang nanatiling isda,

Habang may ibang isda na nagkaroon ng baga na kayang huminga ng hangin

At kalaunan, dahil sa ebolusyon, ay nagkaroon sila ng mga paa.

Mula sa mga isdang ito susulpot ang kauna-unahang *ampibyan* na tinatawag na *Tiktaalik*

Na siyang magbibigay-buhay din sa unang *reptilian* na tinatawag na *Perderpes.*

Mula sa unang reptilyang ito ay susulpot ang mga ahas, buwaya, at mga *dinosaur*

Pati ang mga reptilyan na tinatawag na *therapsids n*a ninuno ng mga *mamalyan*

The first cells appeared from a chemical reaction
Caused when a lightning struck the chemicals of our young planet.
The first cell became the root of all the branches of the Tree of Life.
The earliest vegetation and fauna appeared in the oceans of our
new born world.
The process of evolution diversified the races of plants and animals.

The earliest fishes swam in our earliest ocean.
Plants started to crawl from the waters to the land
And cleaned the air of our planet.

Some fishes stayed fishes,
While other fishes started to have lungs that could breathe air
And later acquired limbs through evolution.
From these fishes arose the first amphibian called *Tiktaalik*
Which gave life to the first reptile called *Perderpes.*
From these first reptile arose the snakes, crocodiles, and dinosaurs,
As well as a group of reptiles called *therapsids* which gave rise to
mammals

O yung mga nilalang na kayang lumikha ng gatas (kabilang dito ang tao).

Dalawang daang milyong taon sa nakaraan, pumasok ang planeta sa *Panahon ng Reptilya*.

Tumaas ang bilang ng mga reptilian, sa lupa man o tubig o himpapawid.

Ilang milyong taon din naging dominante ang mga dinosaur sa planeta.

Mula sa mga dinosaur, sumulpot ang nilalang na tinatawag na *Archeopteryx*—

Isang dinosaur na mukang ibon na siyang mismong ninuno ng mga ibon.

Sinasabi ng mga siyentipiko na ang dinosaur na tinatawag na *T-rex*

Ay maaaring ninuno ng mga manok.

Anong nauna—itlog o manok?

Bago pa gawing manok ng ebolusyon ang T-rex ay nangingitlog na ito.

Kaya ano ang nauna?—itlog!

Anim na pu't limang milyong taon sa nakaraan,

Yumakap sa daigdig ang isang dambuhalang bulalakaw.

Halos kinalahati nito ang populasyon ng buhay sa planeta

At winakasan ang paghahari ng reptilya't mga dinosaur.

Unti-unting nabuhay ang planeta matapos ang isang malawakang pagkaubos.

Or those creatures who can produce milk (including humans).

Two hundred millions years ago, the world saw the beginning of
the Age of Reptiles.
The reptiles increased in number in the land, as well as in bodies
of water and air.
The dinosaurs became dominant for millions of years.
From the dinosaurs arose the *Archeopteryx*—
A dinosaur that looks like a bird that is actually ancestral to birds.

According to scientists, a dinosaur called *T-rex*
Might have been ancestral to chickens.
So what came first—the egg of the chicken?
Even before evolution turned the T-rex into chicken it is already
laying eggs.
So what came first?—the egg!

Sixty-five million years ago,
the earth embraced a massive meteorite.
It killed half the population of life on the planet
And ended the reign of reptiles and dinosaurs.
Little by little, the planet was rejuvenated after a large devastation.

Pinuna ng mamalya ang mga lugar na iniwan ng mga dinosaur.

Dumami ang bilang ng mamalya at pumasok ang daigdig sa *Panahon ng Mamalya.*

Sumulpot ang mga nilalang na tinatawag na *Ardipithecus* na itsurang unggoy.

Ang nilalang na ito ang ninuno ng mga tao't chimpanzee.

Hindi sinasabi ng mga siyentipiko na ang tao ay nanggaling sa unggoy.

Sinasabi nila na ang tao at ang unggoy ay may iisang ninuno.

Isda man o palaka,
Butiki man o agila,
Lahat ng may buhay
Ay nag-ugat sa unang sihay.

Halaman o insekto,
Matsing man o tao,
Lahat ng nilalang ay mga tangkay
Ng iisang Puno ng Buhay.

Isda't palaka'y may iisang lolo,
Butiki't agila'y may iisang lolo,
Halaman at hayop ay may iisang lolo,
Tao't matsing ay may iisang lolo,
At tayong lahat na may buhay
Ay mga apo ng iisang sihay,
Ang pinakaugat ng Puno ng Buhay.

Mammals filled the niches left by dinosaurs.
Mammals started to increase in number and the world saw the birth of the Age of Mammals.
A monkey-like creature called *Ardipithecus* appeared.
This creature gave rise to humans and chimpanzees.

Fish or frog,
Lizard or eagle,
All living things
Came from the earliest cell.

Plant or insect,
Ape or man,
All sorts of life were branches
Of a single Tree of Life.

Fishes and frogs have a common ancestor,
Lizards and eagles have a common ancestor,
Plants and animals have a common ancestor,
Men and apes have a common ancestor,
And all the living things
Were descendants of a single cell,
The root of the Tree of Life.

Hindi nilikha ang mga nilalang ng hiwa-hiwalay
Dahil lahat tayo ay mga prutas
Ng bilyong taong ebolusyon ng buhay.

Ang kalawakan ay hindi likha ng isang diyos na makapangyarihan
Kundi ng mismong mga batas ng kalikasan
Dahil ang mga bagay sa kalawakan
Ang tanging totoo.
Walang mga bagay sa labas nito,
Sa itaas man o ibaba nito.

3.

Ang tanging may karapatang mabuhay ay ang mga marunong makibagay—
Ito ang batas ng mga nilalang.

Ayon sa teorya ng naturalistang si Darwin,
Pinipili ng kalikasan ang mga nilalang na may karapatang mabuhay.
Nagbabago ang kapaligiran ng mga nilalang:
Umiinit ang mga dating malamig na lugar,
Nauubos ang mga makakain, nagkakaroon ng mga bagong mangangain,
At nagkakaroon ng mga bagong sakit.
Silang hindi marunong makibagay sa agos ng panahon
Ay silang pinili ng kalikasan na mamatay

Creatures were not created separately
For we are all the fruits
Of billions of years of evolution of life.
The world is not created by a powerful god
But by the laws of nature
Because only the things in the universe
Were true.
Nothing dwells outside them,
Not even above nor under them.

3.

The survival of the fittest—
This is the law of all creatures.

According to the theory of the naturalist Darwin,
Nature selects the creatures that have the right to live.
The environment where creatures live changes:
Cold places were getting hot,
Resources were starting to get scarce, new predators will evolve,
And new diseases were appearing.
Those who cannot adjust to the changes of tides
Are those selected by nature to die

At silang kayang sumabay naman ang hinahayaang mabuhay at magparami.

Ito ang Batas ng Natural na Pagpili

O *Natural Selection* sa wikang Ingles.

Kaya ganoon nalang ang ating pagkamangha sa perpeksyon ng mga nilalang.

Kung gaano kaperpekto ang disenyo ng ating mga mata,

Dahil inalis na niya ang mga indibidwal na may depektong mata.

Pinurga na ng kalikasan ang mga populasyon ng mga nilalang.

Pinatay ng kalikasan ang mga indibidwal na magbibigay ng mga di-kaaya-ayang lahi sa populasyon

At hinayaang mabuhay at magparami silang magbibigay ng magandang dugo sa susunod na henerasyon.

Hayaan mong magbigay ako ng isang klasikong halimbawa bilang ilustrasyon sa teorya ni Darwin.

Noong unang panahon daw, hindi lahat ng girapa ay mahaba ang leeg:

May mahaba ang leeg, may maikli, at may katamtaman.

Noon daw ay maliliit pa ang mga puno

Sapat ang liit upang maabot ng lahat ng uri ng girapa ang mga dahon.

Nagsimulang humaba ang mga puno

At di na maabot ng mga girapang may maikling leeg ang mga dahon.

While those who can fit can live and increase in number.
This is the Law of Natural Selection.
Or *Natural na Pagpili* in the Tagalog language.

We often wonder at the perfection of creatures.
Our eyes have a perfect design
For she already purged those individuals who have defected eyes.
Nature already purged the populations of living things.
Nature killed those individuals who will only give unwanted genes
in the population
And saved those who would give good traits to the next generation.

Let me give you a classic example as illustration to Darwin's theory.
Once upon a time, not all giraffes have long necks.
Only some have long necks, while some have short, and some
medium.
At first, the trees were short
And just enough for all sorts of giraffes to reach the leaves.
The trees started to grow longer
That short-necks could no longer reach the leaves.

Nangamatay ang may mga maikling leeg

At natira ang may mga mahaba at katamtamang leeg.

Humaba pa muli ang mga puno

Sa puntong hindi na abot ng may mga katamtamang leeg ang mga dahon.

Nangamatay ang may mga katamtamang leeg

At ang natira na lamang ay ang mga girapang may mahahabang leeg—

Sila ang bumagay sa agos ng kapaligiran, kaya sila ang nabuhay at nagparami.

Manghang mangha tayo sa haba ng leeg ng mga girapa.

Sinasabi ng ilan na ginawa ng diyos na mahaba ang leeg ng girapa upang maabot nito ang mga puno,

Ngunit sa katotohanan, ang Inang Kalikasan mismo ang dahilan kung bakit mahaba ang leeg nito—

Pinurga niya ang populasyon ng mga girapa:

Namatay ang mga indibidwal na hindi kayang sumabay sa pagbabago ng kapaligiran

At nabubuhay at nagpaparami silang nakakasabay sa pagbabago ng mundo.

Namamangha tayo sa makulay na balahibo ng pabo

At sa ganda ng iba't ibang mga nilalang.

Tila nilikha ang balahibo ng pabo hindi para magsilbi sa kaligtasan ng nilalang

Dahil pinupukaw nito ang atensyon ng mga mangangain sa kanya.

Short-necks died

And only the medium and long-necks remained.

The trees started to grow even longer

To the point that those with medium-length necks could no longer reach the leaves.

Medium-necks died

And only the long-necks remained

For they fit with the changing tides so they survived and increased in number.

We're amazed by the length of giraffe necks.

Some said that god made the neck of giraffes long so that they could reach the trees,

But the truth is that Mother Nature herself made it long.

She purged the population of giraffes.

The unfit shall die,

While the fit shall survived.

We were amazed by the colorful feathers of the peacock

And the beauty of various kinds of creatures.

It seems like the feather of the peacock does not serve a survival function to the creature

For it catches the attention of predators.

Iniisip tuloy ng ilan sa atin na nilikha ng Maykapal ang balahibo
ng pabo
Upang magbigay ganda sa uhaw na mata ng tao.
Ngunit 'wag tayong magambisyon
Dahil pinapalago ng pabo ang kanyang balahibo upang akitin
ang mga babaeng pabo.
Nagpapagandahan ng balahibo ang mga lalaki upang makuha
ang puso ng mga babaeng pabo,
Dahil nais nilang iligtas ang kanilang lahi.

Ganun din sa mga lalaking kambing at iba pang mga hayop na
may sungay.
Kaya nagpapatalas at nagpapatibay sila ng sungay ay dahil
nakikipagpasiklaban sila sa ibang lalaki.
Kung sinong mananalo sa pasiklabang ito'y siyang may karapatan
sa puso ng kababaihan.

Ganun din sa puso ng tao.
Kung bakit pumupustura ang mga babae ay dahil nais nilang
mapukaw ang atensyon ng mga lalaki
At kaya nagpapasikat ang mga lalaki ay dahil nais nilang akitin
ang mga babae.

Ito ay isang moda ng Batas ng Natural na Pagpili
Na tinatawag na Sekswal na Pagpili
O *Sexual Selection* sa wikang Ingles.
Nagpapagandahan ang kababaihan upang maakit ang kalalakihan

Because of this, some think that the Creator made the feathers of
the peacock
To give beauty to the thirsty eyes of men.
But we shouldn't think of this
Because, actually, the peacock takes care of its feathers to attract
peahens.
The males compete with each other to have the heart of the peahen,
Because they want to save their genes.

The same goes to goats and other animals with horns.
They sharpen their horns to brawl other males.
The victorious after the match shall have the right for a female's
heart.

This is a mode of Natural Selection
Called Sexual Selection
Or *Sekswal na Pagpili* in the Tagalog language.
The females adorn themselves to attract the males

At nagpapasiklaban ang kalalakihan upang makuha ang puso ng kababaihan.
Hindi maganda ang mga nilalang dahil nilikha sila ng isang diyos
Para pawiin ang pagkauhaw ng mga mata ng tao sa kagandahan
Kundi dahil nais ng mga nilalang mismo na magmaganda
Upang akitin ang mga miyembro ng ibang kasarian at maligtas ang kanilang lahi.

Ito ang katotohanan sa likod ng kagandahan at perpeksyon ng mga nilalang.

Ang Batas ng Natural na Pagpili at Sekswal na Pagpili
Ay ang dalawang pangunahing puwersa ng ebolusyon ng mga nilalang.

Matagal ang proseso ng ebolusyon.
Inaabot ito ng ilang libo o ilang milyong mga henerasyon at taon
Bago magpalit-uri ang isang populasyon ng mga nilalang.

Paano ba nalaman ng mga siyentipiko na dumaan ang mga nilalang sa ebolusyon?
Bibigyan kita ng ilang mga ebidensya.
Ang buto ng buntot sa dulo ng *spinal column* ng tao
Ay ebidensya na may buntot ang mga ninuno ng tao.
Ang mga buto ng mg binti sa isang phyton
Ay isang ebidensya na naglalakad at hindi gumagapang ang mga ninuno ng mga ahas.

And the males brawl to have the approval of the females.
Creatures were not beautiful because they are made so by a god
To wipe away the thirst for beauty in the eyes of men
But because the creatures themselves want to look pretty
To attract the members of the opposite sex and save their genes.

This is the truth behind the beauty and perfection of things.

The laws of Natural Selection and Sexual Selection
Are two major forces in the evolution of living things.

Evolution is a gradual process.
It takes thousands or millions of generations or years
Before a population could evolve into a new specie.

How scientists knew that living things gone under evolution?
I can give you a few evidences.
That tailbone at the end of the spinal column in humans
Is an evidence that man's ancestors have tails.
The vestigial leg bone in a python
Is an evidence that the ancestors of snakes have limbs.

Marami pang mga ebidensya na nagpapatunay na nangyari ang ebolusyon
Na sa ubod ng dami ay hindi ko kayang ilagay lahat sa berso.

Muli, ang ebolusyon at ang mga pangunahing puwersa nito
Ang humulma sa mga nilalang.
Kung mayroon ngang Dakilang Tagapaglilikha na nag-disenyo sa mga nilalang,
Isipin mo na lamang:
Bakit niya naisipang bigyan ng baga, imbis na hasang,
Ang mga balyena na nabubuhay sa tubig?
Bakit naisipan niyang lagyan ng pakpak ang mga ostrich na hindi nakakalipad?
Bakit may utong ang mga lalaki?
Mahilig ba magpatawa ang Tagapaglikha o sadyang tanga lamang siya?

4.

Nabuo ang wika ng tao sa paraang kung paano bumuo ng mga salita ang isang sanggol.
Nadiskubre ng tao ang apoy sa isang nasusunog na punong kahoy na tinamaan ng kidlat.
Natuto siyang gumamit ng mga kasangkapang bato.
Kalaunan ay nadiskubre niya ang mga bakal nang sunugin niya ang mga kagubatan
Upang mapatay ang mga mababangis na hayop.
(Dito na nagsimula ang paghihiwalay ng tao at ng kalikasan.)

There are hundreds of evidences proving that evolution really happened
And it is so overwhelming that I couldn't put it all in verse.

Again, evolution and its primary forces
Made living things the way they are.
If there really is a Supreme Architect who designed all living beings,
Think of this:
Why did he think of putting lungs, instead of gills, to whales who live in water?
Why did he think of putting wings to ostriches who don't even fly?
Why do men have nipples?
Was that Architect fond of making jokes or he just want to make a stupid designer out of himself?

4.

Man's language was formed in the way how a newborn forms his speech.
Man discovered fire from a burning bush that had been hit by lightning.
He learned to use stone tools.
Later on he discovered the metallic substances when he once burn whole forests
To kill the wild beasts dwelling in it.
(At this point came the divide between man and nature.)

Naluto ang lupa at lumabas ang mga tunaw na metal.
Natuto siyang lumikha ng mga armas at iba pang mga kasangkapan
mula sa metal.

Nagsimula siyang lumisan sa mga kuweba
At lumikha ng mga tahanang gawa sa mga kahoy at bato.
Gumawa siya ng mga bubong mula sa mga dahon ng niyog at
damo.
Nagsimula siyang lumikha ng mga baryo at ng mga tribo't angkan
na naging baseng yunit ng lipunan.

Ayon sa pilosopong si Engels,
May limang yugto ang lipunan:
Primitibo Komunismo, Lipunang Alipin,
Pyudalismo, Kapitalismo, at Sosyalismo.

Noong una daw ay mas mataas ang tingin ng lipunan sa kababaihan.
Noon ay walang konsepto ng kasal
Kaya ang bawat isa'y maaaring makipagtalik sa iba't ibang tao.
Dahil dito, hindi maaaring malaman
Kung kaninong anak ang dinadala ng isang babae,
Kaya ang mga babae lamang ang may karapatan sa mga anak.
Sa panahong ito ng Primitibo Komunismo,
Lahat ng tao'y pantay-pantay sa kapangyarihan man o kayamanan.

Hanggang sa nagsimula na ang pahahati-hati ng gawain.
Babae ang naiwan sa kabahayan na ang paghahati-hati ng mga
anak

The soil was baked and came out the molten metal.
He learned how to use arms and other tools made from metal.

He started to move from the caves
And made his own home from wood and stones.
He made a roof from coconut leaves and grass.
He started to form villages and tribes and clans that became the
basic unit of society.

According to the philosopher Engels,
There are five stages of society:
Primitive Communism, Slave Society,
Feudalism, Capitalism, and Socialism.

At first, it has been said that society looks up at its women.
At first, there is no concept of marriage
So everybody's allowed to have sex with different people.
Because of this, one cannot know
The father of the child inside a woman's womb.
So only the women have the rights to the children.
In this era of Primitive Communism,
Everyone is equal in power and wealth.

Until there had been a division of labor.
The women stayed at home to watch the children

At mangasiwa sa mga gawaing bahay,

Habang ang lalaki ang tutungo sa kagubatan upang mangaso ng makakain.

Kalaunan ay nadiskubre ang pagsasaka't pagpapastol na hinawakan pa rin ng kalalakihan.

Lumawak ang mga lupaing nasasaka at dumami ang mga hayop na napapastol;

Naging mas mayaman at mas makapangyarihan ang lalaki kaysa babae.

Naimbento ang konsepto ng kasal na maglilimita sa kababaihan na makipagtalik sa iba't ibang lalaki.

Naimbento ito upang matiyak ng lalaki

Na kanya nga ang anak ng babae kung saan siya nakipagtalik.

Dahil dito, nabuo ang konsepto ng pamilya

At ang pamilya ang naging baseng yunit ng lipunan.

Naging sakim sa yaman ang tao.

Pumutok ang unang mga digmaan sa pagitan ng mga tribo't angkan upang mag-agawan ng yaman.

Kasakiman ang puno't dulo ng digmaan.

Kinakamkam ng mga nananalong tribo ang yaman ng mga natatalong tribo.

Nagiging alipin sa mga nananalong tribo ang mga miyembro ng mga talunang tribo.

Umusbong ang uring alipin at amo

At pumasok ang lipunan sa yugto ng Lipunang Alipin.

And do the house chores,
While the men go to the woods to hunt food.

Later on, farming and animal domestication was discovered and
the men still handled them.
The fields began to widen and the number of animals domesticated
grew;
Men became wealthier and more powerful than women.
The concept of marriage was invented to keep women from having
sex with other men.
Marriage was invented to ensure the husband
That the child born from the mother was truly his child.
From this formed the concept of family
That became the basic unit of society.

Man grew greedy.
The first wars broke between tribes and clans to steal wealth from
each other.
Greed is the root of war.
The winning tribes sack the wealth of losing tribes
And the members of the losing tribes became slaves to the winning
tribes.
The division between the master class and slave class became
clearer
And society saw the dawn of the Age of Slave Society.

Unti-unti, sa paglipas ng panahon, ang mga alipi'y naging mga pesante
Ng mga lupain ng mga panginoong maylupa na bago nilang mga amo.
Ang mga hari't reyna, dukeso't dukesa, prinsipe't prinsesa,
Mga datu at rajah, at maging mga pari
Ang mga nagmamay-ari ng mga malalawak na lupain.
Sinasamantala ng mga ito ang kanilang kapangyarihan
Upang pahirapan at pagsamantalahan ang mga pesante.
Ito na ang yugto ng Pyudalismo.

Noong una, ang relihiyon ay isang primitibong paraan ng tao
Upang ipaliwanag ang mga nangyayari sa kanyang paligid.
Ang mga kulog at kidlat, lindol at tag-gutom, at iba pang mga unos
Ay pagpapahayag ng galit ng mga diyos sa tao.
Ang kasaganahan ng mga ani at hayop at iba pang mga biyaya
Ay pagkatuwa ng mga diyos sa mga tao.
Kalauna'y ginamit ng mga naghaharing uri ang relihiyon
Bilang isang pampalubag-loob sa mga taong kanilang inaapi't pinagsasamantalahan.
Sasabihin ng isang prayleng nagmamay-ari ng ekta-ektaryang lupain,
Kayong mga pesante,
Kung kayo ay magrerebelde laban sa amin,
Kayo ay tutungo sa dagat-dagatang apoy ng impyerno!

Little by little, as time went by, the slaves became peasants
In the fields owned by their new masters the landlords.
The kings and queens, dukes and duchesses, princes and princesses,
Datus and rajahs, and even clergymen
Owned hectares and hectares of land.
They made use of their power
To oppress the miserable peasants.
This is the stage of Feudalism.

Religion was once man's primitive way
Of explaining things that surround him.
Thunder and lightning, earthquakes and famine, and other disasters
Where signs of the gods' dissatisfactions to men.
While abundance of crops and poultry and other blessings
Were the signs of the gods' likings to men.
Later on, religion was used by the ruling class
To tame the people they oppress and rob.
A friar who owns hectares of land would say,
You peasants,
If you try to broke a rebellion against us,
You will go to the deepest depths of hell!

O kaya'y lalasunin nila ang mga isip ng mga naghihirap na tao—
Papangakuan sila ng isang paraiso sa isang kabilang-buhay
Kaya ayos lamang ang maghirap dito sa lupa.
Sa yugtong ito ng pyudalismo, umusbong din ang uring
mangangalakal—
Mga edukadong tao na kalaunan ay ibabagsak
Ang mga parasitikong uring dugong-bughaw ng mga hari't reyna.

Sumiklab ang Rebolusyong Pranses noong ika-labing walong siglo
Na nagpabagsak sa uring dugong-bughaw sa Pransya
At pumilay sa kapangyarihan ng mga hari't reyna sa Europa.
Pinangunahan ito ng panggitnang uri na tinatawag nating
burgesya
Na nagmula sa uring mangangalakal.
Ang burgesya rin ang nanganak ng mga dakilang pilosopo
Noong Panahon ng Kaliwanagan sa mga bansa sa Kanluran.
Tinuligsa ng mga pilosopong ito ang mga relihiyon at simbahan.

Nasa burgesya na ang kapangyarihan.
Itinayo nila ang mga pabrika kung saan sila ay kumikita.
Sumulpot ang uring manggagawa na siyang nagpapatakbo sa mga
pabrika.
Ito na ang yugto ng Kapitalismo.
Nagsimulang umikot ang mundo sa kita, sa kapital.

Or they would poison the minds of the people.

They would promise them a paradise in the afterlife

So they would think that it is okay to be miserable on earth.

In this stage of feudalism appeared the merchant class—

Educated men who will later bring

The parasitic noble class of kings and queens down to its knees.

During the eighteenth century, the French Revolution broke out

And it brought down the noble class in France

And weaken the powers of other kings and queens in Europe.

It was led by the middle class which now known as the bourgeoisie

That came from the merchant class.

The bourgeoisie also produced great philosophers

During the Age of Enlightenment in Western countries.

These philosophers brutally criticized religion and the church.

Now, the bourgeoisie holds the power.

They built the factories where they got their income.

The working class who run the factories appeared.

This is now the stage of Capitalism.

The world began to revolve around profit and capital.

Tinaasan ng mga negosyanteng burgesya ang presyo ng mga produkto
At binabaan ang sahod ng mga manggagawa upang mas malaki ang kanilang kita.

Mas naging sakim pa ang burgesya.
Pinatunayan nila na lahat ng bagay ay maaaring pagkakitaan—
Edukasyon man o kababaihan, maging tubig na maiinom at kalusugan.
Ginawa nilang negosyo ang lahat ng bagay.
Maging yaman ng ibang bansa ay kanilang hinuthot,
Gaya ng ginawa ng Estados Unidos sa mga bansa sa Gitnang Silangan
Na kanilang ginegera upang makuha ang kay tamis na langis mula sa mga bansang ito.
Maging sa ating bansang Pilipinas ay umabot sila.
Hinuhuthot nila ang mga yaman ng ating paraiso
Para sa kita ng kanilang mga korporasyon.
Kinukuha nila sa atin ang mga hilaw na materyales,
Gagawing prinosesong produkto sa kanilang bansa,
Ibabalik dito't ibebenta sa mas mahal na presyo,
Tila isang sorbetes na inagaw at dinilaan
At ibabalik lamang sa atin kung magbabayad sa kanya ng mas mahal.

Lalong naghirap ang sangkatauhan

The bourgeois businessmen started to raise the price of products
And decrease the salary of workers to gain more profit.

The bourgeoisie became even greedier.
They proved us that everything could be a source of profit—
Education, women, even drinking water and health.
They made business out of all things.
They began stealing wealth from other countries,
Like what the United States is doing in the Middle East
Where they make war to get the sweet oil from these countries.
They even got into our own country the Philippines.
They were draining the wealth of our paradise
For the profit of their own corporations.
They take raw materials from us
To turn them into processed products in their soil
And sell them here in unaffordable prices,
Like an ice cream robbed from us and licked in our faces.
And they would only bring it back to us if we pay in a much higher
price.

Humanity sank deeper into misery

Mapawi lamang ang pagkauhaw ng burgesya sa mas maraming kita.

Wala nang ibang masandalan ang mga tao kundi ang droga na tinatawag nating relihiyon

Na pumapawi sa paghihingalo sa tuwing nagdurusa.

Pinapangakuan siya ng paraiso sa buhay sa kabila.

Titigil lamang ang mga tao sa paniniwala sa mga delusyon

Kung mawawala ang kahirapan.

Kung mawawala ang pagdurusa ng sangkatauhan,

Titigil sila sa paghihithit ng droga ng relihiyon.

Kung ang lupa ay paraiso sa tao,

Para saan pa ang maniwala sa isang paraiso sa kabilang mundo?

Iwaksi natin ang kahirapan

At lalago ang siyentipikong kaisipan.

Sisiklab ang isa pang rebolusyon.

(Sa katunayan ay sumisiklab na ito.)

Pamumunuan ito ng mga manggagawa

At papabagsakin natin ang burgesya at ang mga naglalakihang korporasyon.

Bubuo tayo ng isang lipunan na pinamumunuan ng mga tao

Na nagsisilbi sa kapwa tao,

Hindi ng mga buwaya na nagsisilbi sa mga korporasyon.

Isang lipunan kung saan tayo'y pantay-pantay sa kapangyarihan at yaman;

Kung saan pantay-pantay ang ating karapatan para sa isang siyentipikong edukasyon.

Just to satisfy the thirst of the bourgeoisie for more profit.

Men had no choice but to turn to the drugs we called religion.

Religion that gives comfort in times of pain and suffering.

He was promised a paradise in the afterlife.

People will only stop believing in delusions

If we could get rid of poverty.

If we could get rid of the suffering among men,

They would stop taking the drugs of religion.

If the world is paradise to men,

What will be the reason for him to believe in a heavenly paradise?

If we could just get rid of poverty,

Scientific thought shall bloom.

Another revolution shall break out.

(In fact, it is already breaking out.)

It shall be led by the workers

And we shall bring the bourgeoisie and big corporations down on its knees.

We shall build a society run by people and serves the people,

Not by reptilians who serve corporations.

A society where we are all equal in power and wealth,

Where we all have equal rights for a scientific education.

Isang lipunan kung saan lahat tayo'y pantay-pantay.
Ihahatid natin ang lipunan sa yugto ng Sosyalismo.

Walang mali sa kawalan ng pananampalataya sa isang diyos
Ngunit isang pagkakamali ang kawalan ng pananampalataya sa
sangkatauhan
Na kaya nating baguhin ang mundo.
Ika nga ng isang popular na kasabihan,
Ang sagot ay nasa iyong kamay.

5.

Ano ang dapat nating ikatakot kung ngayo'y darating ang
kamatayan?
Ano ang dapat mong ikatakot sa kawalang darating sa'yo
Kung sasapit ang pasko ng kamatayan?
Ika nga ng makatang ni Lucrecio,
Siyang natatakot sa kawalan sa pagsapit ng kamatayan
Ay dapat isipin ang bilyong taong kawalan bago siya ipanganak
sa mundo.

Walang paraiso o purgatory o impyerno
O labindalawang birhen na naghihintay sa'yo sa kabilang buhay.
Maging kabilang buhay mismo ay hindi mabibiyaya sa'yo.
Kaya wala kang dapat ipagalala kundi ang iyong buhay sa lupa.

Ano ang dapat nating ikatakot kung ngayo'y sasapit ang
pagkagunaw ng mundo?

A society where are all equal.
We shall lead the world to the stage of socialism.

A person's absence of faith to a god does not make him bad.
What is bad is having no faith to mankind
That we could change the world.
As a popular saying goes,
The answer is in your hands.

5.

What makes us fear death?
What do we fear upon the void that will come to us
In the eve of our death?
As the poet Lucretius said,
He who fears the void that will come upon his death
Must think of the billions of years of nothingness that passed
before his birth.

No paradise, no purgatory, no hell,
No twelve virgins await you in the afterlife.
Even afterlife itself will not be bestowed unto you
So mind nothing but your life here on earth.

What makes us fear the impending end of the world?

Ang kamatayan at pagkagunaw ay isa ring mahalagang bahagi
ng kalikasan
Tulad ng kapanganakan, ebolusyon at siglo.
Nagmula tayo sa kawalan
At babalik din sa kawalan.
Ika nga ng pilosopong si Eraklito,
Lahat ng bagay ay umaagos
At walang nananatili.

Malikot ang enerhiya—
Patuloy ito sa pag-agos at hindi pumipirmi sa iisang lugar.
Maglagay ka ng isang tasa ng mainit na kape sa isang lamesa sa
isang silid
At mamaya'y kasing lamig na nito ang silid.
Ito ay isang batas ng kalikasan na tinatawag na Batas ng Entropiya.
Isang tendensiya sa kalikasan na maging pantay-pantay
Ang dami ng init o enerhiya sa bawat sulok ng kalawakan.

Ito ang sasapitin ng kalawakan sa hinaharap.
Magiging pantay-pantay ang init sa bawat sulok ng kalawakan.
Itinakda na ng kalikasan mismo na sa darating na hinaharap
Ay magiging malamig ang kalawakan at walang matitirang buhay
dito.

Minsan ring inakala ng mga siyentipiko na ang buhay ng
sansinukob
Ay isang siglo na paulit-ulit na ipinapanganak at namamatay.

Death and destruction too play essential roles in nature
Like birth, evolution, and cycles.
We owe our lives to the void
And we shall return to the void.
As the philosopher Heraclitus had said,
Everything flows;
Nothing stays.

Energy is spontaneous.
It keeps moving and doesn't stay in one place.
Put a cup of hot coffee on a table inside a room
And later you'll see it as cold as its surroundings.
This is a law of nature called Law of Entropy.
It is a tendency of heat and energy in nature to reach equilibrium
And become equal in quantity in all points in the universe.

This is the fate of the universe in a distant future.
There will be equal quantities of heat in every corner in the universe.
Nature had already written the fate of the universe.
The coming future will be cold and barren of any life.

Scientists once thought that the life of the universe
Is a cycle of birth, destruction, and rebirth.

Magkakaroon ng Dakilang Pagsabog, darating ang sansinukob at lalawak.

Babagal ang paglawak, liliit muli ang sansinukob, at magiisa muli ang mga bagay.

Darating muli ang Dakilang Pagsabog, lalawak, liliit, at uulit muli ang Pagsabog.

Tinatawag ang teoryang ito na Dakilang Paglutong o *Big Crunch*.

Ngunit batay sa obserbasyon ng mga astronomer, pabilis ng pabilis ang paglawak.

Bibilis pa ito ng bibilis pagkaraan ng ilang mga taon sa puntong literal na mapupunit ang mga bagay.

Maghihiwalay ang mga electrons, protons, at neutrons sa mga atom.

Tinatawag ang teoryang ito na Dakilang Pagpunit o *Big Rip*.

Marahil ay masiyado tayong hibang sa ideya ng walang hanggan

Lalo na sa usapin ng pag-ibig.

Ang pag-ibig ay isa ring enerhiyang dumadaloy at hindi pumipirmi.

Sulitin mo na ang bawat sandaling kasama mo ang taong iyong mahal.

Ibigay mo lahat ng kaya mong ibigay nang sa huli ay hindi ka magsisi

Dahil maging mga tao ay dumadaan lamang at bukas ay lilisan din.

There will be a Big Bang and the universe will be born and will expand.

Then the expansion would slow down, the universe will shrink in size, and everything will be one once again.

The Big Bang will come once again, the universe will expand, shrink, then the Bang again.

This theory is what we called Big Crunch or *Dakilang Paglutong.*

But according to the observations of astronomers, the expansion was continuously speeding up.

This will speed up more and more as time go by to the point that everything will be literally ripped off.

The electrons, protons, and neutrons in atoms will be disjoined.

This theory is called Big Rip or *Dakilang Pagpunit.*

Maybe we're just too crazy about the idea of forever,

Especially when it comes to love.

Love too is an energy that flows and doesn't stay.

Make the most of every moment you have with someone you love.

Give him or her all that you can give so you wouldn't regret in the end

For people too weren't permanent.

Rosas ma'y nalalanta
Gatas ma'y nalalata
Lahat ng bagay may katapusan.

Init may naglalaho
Ang mabango'y bumabaho
Pag-ibig man ay may hangganan.

Ang mundo'y umaagos
Hindi ito natatapos.
Ang tanging di-nagbabago'y pagbabago.

Balat mo rin ay lalawlaw
Katawan mo'y aalingasaw
Daigdig man ay may katapusan.

Lulungkot rin ang saya
Papantay rin ang enerh'ya
Sa bawat sulok ng kalawakan.

Hindi mo na maibabalik
Ang papel na napunit
Lumalamig ang mainit
Lumilisan ang mga bagay
At hindi na muli babalik.
Ito ay batas ng kalikasan.
Pag-ibig ma'y aagos, di kaya?

Even roses turn old
Even milk goes stale
For everything has an end.

Even the heat goes away
And the pleasant smell goes foul
Even love comes to an end.

The world flows
And it doesn't stop.
The only constant thing is change.

Your skin will soon turn saggy
And your body will rot
Even the world comes to an end.

Joy will turn into melancholy
And energy will be equal
In every corner of the universe.

You can no longer fix
A paper you already shredded.
The heat goes cold,
Things go away
And will never come back again.
This is a law of nature.
Love too will go away, doesn't it?

AKLAT II

Debate ni Bohr at Einstein

Kaya ba nating malaman
Kung saan tutungo ang isang alikabok ng liwanag?
Masasabi ba nating "*malamang* kakanan ito"
O "*marahil* kakanan ito"?

Ang Diyos daw, ayon kay Einstein,
Ay hindi naglalaro ng mga baraha.
Ang alikabok ay malamang na kakanan.
Ito ang sansinukob na nais niyang ipakita—
Isang mundong kayang maunawaan ng tao.

Sa kabilang banda naman ay ang mundo ni Bohr—
Isang mundong hindi kayang lubos na maunawaan ng tao.
Marahil ay kakanan ang alikabok ng liwanag.
Kung makakakita tayong dalawa
Ng isang pusang nakahiga sa malayo
At isa-isa tayong lalapit,
Maaaring makita mo ang pusang natutulog lang,
At maaaring makita ko naman ang pusang patay na.
Marahil ang pusa'y parehong tulog lang at patay
O marahil ang pusa'y di patay at di tulog.
Ganito kung isalarawan ang mundong nais ipakita ni Bohr.

Nung una'y inakala ng taong ang kaalaman
Ay nagmumula sa interaksyon ng materyal na mundo

The Bohr-Einstein Debate

Can we truly determine
Where a particle of light will go?
Can we say it would *surely* go right
Or *probably* go right?

God, according to Einstein,
Does not play dice.
The particle would surely go right.
This is the picture he want to show us—
A universe that could be fully grasped by man.

On the other hand was Bohr's picture—
A universe that cannot be fully grasped by men.
The particle would probably go right.
If we could both spot a cat
From afar lying on the ground
And we check it out one at a time,
You might see that the cat was just sleeping,
While I might see the cat was already dead.
It might be that the cat was both asleep and dead
Or neither of the two.
This is the picture of the universe that Bohr wants us to see.

At first, men thought that knowledge
Comes from the interaction of the material world

At ng ating mga pakiramdam
At tsaka dinadala sa ating isip.
Ngayo'y napagtanto na nating ang kaalaman
Ay nilikha ng ating mga pakiramdam
(Sa interakyon nito sa materyal)
At pati rin ng utak
Sa kung paano ito lumilikha ng interpretasyon
Ng mga mensaheng ipinapadala ng mga pakiramdam.
Ergo, ang paglikha ng kaalaman ay may dalawang daan.

Marahil kakanan, marahil kakaliwa ang alikabok ng liwanag.
Marahil ang alikabok ng liwanag ay di talaga isang alikabok
Kundi isang alon.
O marahil pareho
O marahil parehong hindi.
Marahil ang Diyos ay naglalaro nga talaga ng mga baraha.

Malayang Pagpapasya

Ang tao ba'y may Malayang Pagpapasya,
Free Will sa wikang Ingles,
O wala?
Ano ba ang utak ng tao kundi isang laman na gawa sa materyal
na nabubulok.
Ano ba ang isip ng tao kundi isang katangian ng utak—
Isang bagay na hindi gumagana ng maayos kung kaunti ang
oxygen

And our own senses

Then the information goes up to our mind.

We now know that knowledge

Is actually made by our senses

(In its interaction to the material)

And by the mind as well

By how it makes interpretations

Of the messages sent by the senses.

Ergo, knowledge comes in two ways.

The particle of light might go right, or go left.

It might be that the particle of light isn't a particle at all

But a wave.

Or both

Or it's neither of the two.

Maybe God really loves playing dice.

Free Will

Does man have a Free Will,

Or *Malayang Pagpapasya* in the Tagalog language,

Or he doesn't possess it?

What is a brain but a mere organic organ?

What is the human mind but a mere property of the brain—

A thing that does not function when it's depraved of oxygen

At nagiging maayos lamang kung nahahanginan.
Ano ba ang emosyon ng tao kundi isang reaksyong kemikal sa loob niya.

Ano ba ang disenyo ng tao
Kundi manipestasyon lamang ng kung anong nakasulat sa kanyang *genes*;
Isang gusali na itinayo base sa kung anong nasa *blueprint*.
Ano ba ang pag-uugali ng tao kundi mga kutsara ng sorbetes na isinubo sa kanya
Ng kultura at agos ng panahon ng lipunang kanyang kinapapalooban.

Ano ba ang tao kundi isang robot ng kanyang sariling laman, disenyo, at lipunan.

Ilang Salita sa Pag-ibig

Ang masasabi ko lamang sa siyensiya sa likod ng pag-ibig
Ay isa itong reaksyong kemikal sa loob ng utak at katawan ng tao.
Hanggang doon lamang ako sa usapin ng siyentipikong pagtanaw ng pag-ibig,
Sapagkat bawat isa sa atin ay may walang katulad na kahulugan ng kung ano ang pag-ibig.
Bawat isa sa atin ay isang sisidlang walang laman
Na naghihintay lamang na malagyan ng kahulugan.

And only turns okay again when it could breathe.

What are human emotions but mere chemical reactions inside us?

What is the design of the human body

But a mere manifestation of what was written in our genes;

A structure built according to what was said in the blueprint.

What are the characters of people but spoons of ice cream shoved into their mouths

By culture and tides in the society where they belong.

What is man but a mere robot of his own organs, design, and society?

Few Words on Love

What can we say about the science of love?

It's a chemical reaction inside the human brain and body.

I shall go no further

For we all have our own unique definitions of what is love.

Each and every one of us were empty containers

Ready to be filled with meaning.

Hindi isang siyentipiko ang naririnig ninyo ngayon kundi isang makata.

Madalas, sigurado't makapit ako sa aking mga paniniwala

Ngunit minsa'y isa rin akong hangal.

Ang Misteryo ng Oras

Sa ating persepsyon, ang oras ay ang nakaraan, kasalukuyan, at hinaharap.

Ang ngayon ay resulta ng nakaraan, at ang hinaharap ay resulta ng ngayon.

Ang basong nabasag ay resulta ng pagkakabitaw nito mula sa isang kamay na nagmanhid.

Kung ang baso'y maisasaayos kinabukasan, ito'y dahil sa sinisimulan mo na itong ayusin ngayon.

Ito ang tradisyunal na pananaw sa oras.

Ngunit sa mundo ng quantum na mundo ng pinakamaliliit,

Maaaring ang nakaraan ang resulta ng kasalukuyan

At ang kasalukuyan ang resulta ng hinaharap.

Siguro nga'y may mga bagay na sadyang hindi maarok ng katwiran at pag-intindi ng tao.

Siguro nga'y masyado nang laos ang wika't bokabularyo ng tao

Na hindi na kaya ng ating mga salita na isalarawan ang tunay na kalikasan ng mundo.

Ang mundong ito ba'y isang mundo ng *paradox*

O natatawag lamang natin itong *paradoxal* sapagkat hindi ito maarok ng pag-intindi at lohika ng tao?

What you are hearing right now is not a scientist but a poet.
More often, I'm sure and firm about my beliefs
But, sometimes, I'm only a fool.

The Mystery of Time

In what we perceive, time is the past, present, and future.
The present is the result of the past, and the future is the result of
the present.
A broken cup is the result of when it fell from a numbing hand.
If the cup will be fixed tomorrow that is because you've started
trying to fix it now.
This is the traditional view of time.

But in the quantum world of the tiniest,
It could be that the past is the result of the present
And the present the result of the future.

Maybe it's just because there are things that cannot be grasped by
human reason and understanding.
Maybe our language and vocabulary are just so out of date
That our words can no longer illustrate the very essence of our
world.
This might be a world of paradoxes
Or we only call it as such because it can no longer be grasped by
human understanding and logic?

Ang Tigapaglikha

Minsang may nagtanong sa'kin, *Kung walang Diyos, paano naman nabuo ang kalawakan?*

Kumuha ako ng bato at aking isinagot, *Ito ay matter, isang positibong enerhiya.*

Hinulog ko ang bato at sinabi ko, *Ito ay grabidad, isang negatibong enerhiya.*

'Pag pinagsama ang positibo at negatibo ang sagot ay zero, wala.

Ibig sabihin, ang summa total ng enerhiya sa buong kalawakan ay zero.

Ang enerhiya na kailangan mo upang malikha ang universe ay zero.

Libre lang ang kalawakan. Hindi mo kailangan ng enerhiya upang makagawa ng isa.

Kaya maaaring sumulpot na lamang ang kalawakan mula sa kawalan.

Ergo, hindi mo kailangan ng isang Diyos upang malikha ang kalawakan.

Mga Elyen

Posible o imposible na walang Diyos (o mga diyos) ngunit posible na may mga elyen.

Samahan mo akong tumingala sa langit,
Sa gabing walang mga ilaw kundi ang mga kislap ng mga bitwin

The Creator

Somebody once asked me, *If there is no God, how come the universe was formed?*
So I took a stone and I told him, *This is matter, a positive energy.*
I dropped the stone and said, *This is gravity, a negative energy.*
When you combine the positive and the negative, the answer is zero, nothing.
In other words, the total energy in the universe is zero.
So the energy you need to create the universe is zero.
The universe is free and you don't need energy to make one.
So it is possible that the universe just came out of nothing.

Ergo, you don't need a God to create the universe.

Aliens

It is possible or impossible that there is no God (or gods), but it is possible that there were aliens.

Join me gaze at the sky
When it's night and there are no lights around but the twinkles from the stars

At ang dakilang liwanag ng Milky Way.

Bilyong-bilyon silang tumutuldok sa kadiliman ng malawak na mayaw

At bilyong-bilyon din ang mga daigdig na umiikot sa kanila.

Sa dami nila'y isipin mo kung gaano kadaming planeta ang may mga buhay

At mga sibilisasyon na maaaring mas abante pa sa atin.

Nariyan lamang sila, naghihintay na tuklasin natin

At naghihintay ng tyempo na magpapansin sa atin.

Ibang Mundo

Ayon nga sa mga siyentipiko'y may ibang mga universe sa labas ng ating sariling universe.

Ika ng siyentipikong si Kaku'y maihahambing ang mga ito sa mga hibla ng isang gitara.

May iba-iba at sariling mga tunog daw ang mga universe.

Kung sa ating mundo'y sinakop tayo ng mga Amerikano sa pagtatapos ng Panahon ng mga Kastila,

Maaaring sa ibang mundo'y nasakop tayo ng mga Aleman.

Kung dito'y si Duterte ang naging pangulo,

Sa iba'y si Miriam o si Binay o si Mar Roxas o si Allan Carreon.

Maaari daw isalarawan ang mga uniberso bilang mga bulang palutang-lutang.

Ang ilang bula'y nagsasama't lumilikha ng mga panibagong uniberso.

And the great light of the Milky Way.

Billions of them dot the darkness of the great Cosmos

And billions of worlds have been revolving around them as well.

Think of how many worlds have life with them

And civilizations that could be more advance than us.

They're just sitting there waiting to be discovered;

Waiting the right time to be noticed.

Other Worlds

Scientists said that there are other universes outside our own
universe.

According to the scientist Kaku, we could compare these worlds
to the strings of a guitar.

That those universes have their own tunes.

If, in our world, we are colonialized by Americans at the end of
the Spanish Era,

It might be that in another universe we are colonialized by the
Germans instead.

If, in our world, Duterte became the president,

In another, it could be Miriam or Binay or Mar Roxas or Allan
Carreon instead.

It has been said that the universes were like floating bubbles.

Other worlds combine creating a new universe

Ang ila'y nahahati sa dalawa at lumilikha din ng mga panibagong
uniberso.
Ayon kay Kaku, ito raw marahil ang Dakilang Pagsabog o *Big Bang*.

Sa mga mundong labas sa atin,
Ano kayang nangyayari sa iba't ibang bersyon niyo ng kasaysayan?
Ano kayang nangyayari sa akin sa inyong iba't ibang bersyon ng
aking sarili?
Kung ako marahil ay hindi ipinanganak sa ilan sa inyo,
Ano kayang buhay ang tinatahak ng mga taong aking minamahal?
Kay interesanteng isipin na ako'y may eksistensya't wala
Sapagkat sa ilang mga uniberso'y naroroon ako
At sa ila'y wala.

Theory of Everything

Natural Selection, grabitasyon, kamatayan,
Pag-ibig, buhay, pagtanda,
Paghinog at pagkabulok, liwanag at dilim,
Init at lamig, populasyon, pag-ikot ng mundo sa araw,
Panaginip, digmaang nuclear—
Isipin mo kung maipapaliwanag mo
Ang lahat ng bagay sa sansinukob
Gamit lamang ang isang teorya,

While some divide themselves into two creating new universes.
Kaku had said that this might be the Big Bang or *Dakilang Pagsabog*.

In those worlds outside our own,
What could be happening in your own different versions of history?
What could be happening to your own different versions of myself?
If ever I wasn't born in some of you,
What would life be for the ones I love?
It's interesting to think that I both exist and don't
Because I was there in some universes
And in some I wasn't.

Theory of Everything

Natural Selection, Gravitation, death,
Love, life, old age,
Ripening and decay, light and darkness,
Heat and cold, population, the earth's revolution around the sun,
Dreams, nuclear war—
Imagine if we could explain
Everything in the universe
With a single theory,

Isang *equation*, isang batas lamang—
Isang Teoryang Unibersal o *Theory of Everything.*
Isang silip sa musika ng kalawakan.
Isang silip sa kaluluwa ng Diyos.

Ang Kwento ng mga Bituwin

Mula sa pagsilang bilang isang sanggol
Hanggang sa pagiging paslit, hanggang sa pagbibinata o pagdadalaga,
Hanggang sa pagiging magulang, hanggang sa katandaa't kamatayan—
Mababatid nating ang buhay ng tao ay isang ebolusyon.

Tulad din natin ang mga bituwin.
Mula sa magulo at di-maintindihang hugis ng isang dambuhalang ulap na tinatawag na *nebula,*
Isisilang ang isang batang dilaw na bituwin.
Maglalabas ito ng dilaw na ilaw ng bilyong mga taon
Hanggang sa lumobo ito ng libong beses ang laki sa ating araw.
Magiging pula ang ilaw na nilalabas nito, pagpapahiwatig na ito'y lumalamig.

Kalauna'y magiging katunggali ng pulang bituwin ang sariling bigat
Hanggang sa hindi na nito makayanan at tuluyan nang sumabog.
Sa pagsabog na ito na tinatawag na *supernova,* ang bituwin ay magiging isa sa pinakamaliwanag na bagay sa buong kalawakan.

A single equation, a single law—
A Universal Theory or Theory of Everything.
A glimpse to the music of the universe.
A glimpse to God's soul.

History of Stars

From the birth of a newborn baby
To infancy, to puberty,
To adulthood, to old age and death—
We can see that human life is an evolution

Just like the life of stars.
From the chaotic and indefinite shape of a massive cloud called nebula,
A young yellow star will be born.
It will emit yellow light for billions of years
Until it expands to thousand times bigger than our sun.
Its light will turn red, a sign that it's getting colder.

Later on, it will fall on its own weight
Until it can no longer take it and explode.
In this explosion we called a supernova, the star will become one
of the brightest objects in space.

Ang pagsabog na ito ang nagdadala ng mga mabibigat na mga elementong calcium, copper, iron, at iba pa tungo sa atin.

Ang mga mabibigat na elementong ito ay pangangailangan ng mga nabubuhay na nilalang kabilang ang tao.

Kung wala ang mga elementong ito, wala tayo

Kung wala ang kamatayan ng mga bituwin, wala tayo

Kaya ang kwento ng mga bituwin ay kwento din natin.

Tayo'y mga alabok ng mga bituwin.

Tayo'y mga nahulog na bituwin na dinala sa mundong ito ng mga alon ng karagatan ng kawalan.

Hindi ba't Kay Ganda ng Mundo?

Hindi ba't kay ganda ng mundo?

Hindi ba't kay ganda ng ayos nito?

At kay ganda ng paraan

Kung paanong ang mga bagay ay organiko sa isa't isa?

Hindi ba't kay ganda

Ng kung paanong ang mga dambuhalang bituwin

Ay mga anak ng maliit na atom?

Hindi ba't kay ganda

Ng kung paanong ang lahat ng mga nilalang,

Kabilang ang mga tao,

Ay mga apo ng iisang sihay?

Hindi ba't kay ganda

Ng kung paanong ang ating mga katawan

This explosion will bring heavy elements like calcium, copper, iron, and others to us.

These heavy elements were essential to living things including humans.

Without these elements, we won't exist.

Without the death of stars, we won't even be here

That is why the history of stars is our story our well.

We are made of stardust.

We are fallen stars brought to this world by cosmic tides.

Isn't it the World Beautiful?

Isn't it the world beautiful?

Isn't it beautiful how things go in order?

And how beautiful the way

Things were organic to one another?

Isn't it beautiful

How the massive stars

Were the children of tiny atoms?

Isn't it beautiful

How all living things,

Including men,

Descended from a single cell?

Isn't it beautiful

How our bodies

Ay nilikha ng bilyong mga taon
Ng ebolusyon ng buhay?

O kay ganda ng mundo!
O kay ganda ng mga misteryo ng mundo.
Kay ganda ng kung paanong ang puting ilaw
Ay nagiging isang bahaghari
Sa tuwing tumatama sa ambon
At pinapaalalahanan tayo ng pag-asa.
Kay ganda ng kung paanong ang isang sanggol
Ay isinilang ng dalawang nag-iibigang tao.
O kay sarap ng kung paanong
Ang sinag ng araw ay tumatama sa ating mukha.
O kay ganda ng kung paanong
Umiikot ang buwan sa ating daigdig
At umiikot ang mga planeta sa araw
At nalilikha ang mga araw at taon.
O kay ganda ng kung paanong
Tayo'y mga alikabok ng mga bituwin.

Hindi ba't kay ganda ng mundo?
Hindi ba't kay ganda ni Inang Kalikasan
At kung paanong umusbong sa kanya
Ang mga magagandang bagay sa mundo?

Were molded by billions of years
Of evolution of life?

O how beautiful is the world!
O how beautiful are its mysteries!
Look at how beautiful the way white light
Becomes a rainbow
When it comes through a raindrop
And reminds us of hope.
Look at how beautiful the way a baby
Was the fruit of two people who love each other.
Look at how warm
The rays of the sun that touches our faces.
Look at how beautiful the way
The moon revolves around our world
And the planets revolve around the sun
Creating the days and years.
Look at how beautiful the way
We are made of stardust.

Isn't it the world beautiful?
Isn't Mother Nature beautiful?
Isn't it beautiful how pretty things in the world
Sprang from her?

AKLAT III

Awit kay Bangun-Bangun

PADAYON BAGUN-BAGUN, bathala ng
Mga batas ng kalikasan, tagapangasiwa ng
Oras at agos ng mga atom sa sansinukob.
Padayon at hayaan mo nawa kaming makita
Ang iyong mga gawa at sa aming pagsubok
At pagtawag sa iyong pangala'y
Di kami parusahan ng kidlat ng iyong gaba.

Sinasabing sa sansinukob na hinabi ng
Iyong mga kamay ay may apat na
Pangunahing pwersa—Grabitasyon,
Electromagnetismo, at Malakas at Mahinang
Mga Pwersang Nukliyar. Ang mga ito
Marahil ang iyong apat na kamay na
Nangangasiwa sa kalawak-lawakang
Uniberso. Ang Elektromagnetismo raw

Ay ang pwersa sa likod ng liwanag,
Mga x-ray, at mga signal ng radyo.
Binubuo daw ito ng mga sub-korpuskulong
Tinatawag na *photon*. Sinasabi sa Teoryang
Special Relativity ng tanyag na siyentipikong
Si Albert Einstein na ang liwanag ay ang
Pinakamatuling pwersa sa buong
Kalawakan. Ang Malakas na Pwersang

Song for Bangun-Bangun

Forward BAGUN-BAGUN, God of
Nature's laws, hand of
Time and the flow of atoms in the universe.
Forward and please let us see
Thy works and, in our ambitious request,
May thou not burst in anger
And may thou not struck us with the lightning of thy vengeance.

It has been said that in this universe, weaved by
Thine hands, there were four
Major forces—Gravitation,
Electromagnetism, and Strong and Weak
Nuclear forces. There were
Probably thine four hands
That governs the eternal
Universe. It has been said that electromagnetism

Is the force behind light,
X-rays, and radio signals.
This force was said to be made up of particles
Called photons. According to the Theory
Of General Relativity of the famous scientist
Albert Einstein, light is the fastest force in the whole
Universe. The Strong Nuclear Force,

Nukliyar naman, na binubuo ng mga
Sub-korpuskulong *gluon*, ang sinasabing
Nagdirikit sa gitna o *nucleus* ng mga atom.
Sinasabing ang mga korpuskulong protons
At neutrons na bumubuo sa nucleus ng mga
Atom (idagdag lamang ang mga electron
Upang mabuo ang mismong atom) ay gawa
Sa mas maliliit na sub-korpuskulong
Tinatawag na *quark*. Ipinagdirikit ng mga
Gluon ang mga quark upang mabuo ang
Nucleus. Sinasabing ang Mahinang Pwersang

Nukliyar, na binubuo ng mga sub-korpuskulong
W at *Z boson*, ang naghihiwalay sa nucleus.
Sa pagmamanipula ng pwersang ito
Nagagawa ang mga bombang nukliyar.

Ang Grabitasyon naman ang sinasabing
Pinakamahinang pwersa sa apat. Ito ang
Pwersang dahilan ng pagkahulog ng mga
Bagay sa daigdig at pagikot ng mga planeta
Sa araw. Sinasabing ang grabitasyon ay
Binubuo ng mga di pa natatagpuang mga
Sub-korpuskulong *graviton*. Sinasabi naman
Sa Teoryang General Relativity ni Einstein
Na ang grabitasyon ay ang pagkurba ng
Esporas sa paligid ng mga bagay.

On the other hand, made up of subatomic gluons, was said to
Bind the yoke or the nucleus of the atom.
It has been said that the particles protons
And neutrons that make up the nucleus of the
Atom (just add the eletrons
To complete the atom) were made up
By smaller subatomic particles
Called quarks. Gluons bind
The quarks to create the
Nucleus. On the other hand, it has been said

That the Weak Nuclear Force, made up by
W and Z bosons, is the one breaking atoms apart.
By controlling this force
We could create nuclear bombs.

Gravitation was said to be
The weakest force among the four. This is
The force responsible for the fall of
Thing on earth and the revolution of the planets
Around the sun. Gravitation was said to be
Made up of yet undiscovered
Sub-particles called gravitons. On the other hand,
Einsteins Theory of General Relativity said
That gravitation is the curvature of
Spacetime around bodies.

Sinasabing may apat na dimensyon daw
Ang sansinukob—tatlo sa espasyo at isa
Sa oras (kontraryo sa sinabi ng matematikong
Si Euclid na tatlo lamang daw ang
Dimensyon ng uniberso). Iisa lamang
Daw ang espasyo't oras kaya tinawag
Niya itong *spacetime* o tawagin na lamang
Nating esporas. Ang mga bagay daw na
May bigat ay pinapakurba ang esporas
Sa paligid nito sa paraang kung paano
Kumukurba ang kutson sa tuwing
Malalagyan ito ng mabigat na bagay
Sa ibabaw. Ang kurbang ito ang dahilan
Ng grabitasyon at pagkahulog ng mga
Bagay sa paraang kung paanong
Mahuhulog ang isang holen sa lubog
Sa isang kutson na likha ng mabigat
Na bagay. Ang mansanas ay nahuhulog
Sa daigdig dahil sa kurba ng esporas
Sa paligid nito. Ika ng ila'y ang
Teoryang ito ni Einstein ang marahil
Pinakamagandang teorya sa agham.
Dagdag pa dito, binalaan ni Einstein
Ang mga tao na walang kinalaman ang
Grabitasyon sa mga pusong nahuhulog
Sa bangin ng pagsinta. Ayon din sa teorya

The universe has four

Dimensions—three for space and one

For time (contrary to the view of the mathematician

Euclid that there were only three

Dimensions for the universe). Space and time

Was said to be one that is why it is called

Spacetime or *esporas*. Things that

Have mass twists the spacetime

Around them like how a

Pillow wrinkles when you

Place something heavy

On it. This curve makes

Gravitation and the fall

Of things possible in a way how

A marble rolls down to the wrinkle

On a pillow made by a heavy

Thing. Apples fall towards the

Earth because of the curve of spacetime

Around it. People said that

That this theory of Einstein was probably

The most beautiful theory in science.

Furthermore, Einstein clarified us

That gravity is not responsible

For people falling in love's cliff.

Ni Einstein, merong mga bagay sa
Kalawakan kung saan lukot na lukot
Ang espasyo sa paligid nito at labis ang
Hatak ng grabidad na maski liwanag ay
Di-makaiiwas. Ang mga bagay na ito'y
Tinatawag na mga *black hole*. Noong una'y
Mga prediksyon lamang sila ngunit kalauna'y
Natagpuan nating laganap sila sa buong kalawakan.
Ang mga black hole daw ang nabubuo sa tuwing
Nakakatunggali ng mga gurang na bituwin
Ang kanilang sariling bigat. Ang mga bagay daw
Na napapalapit sa mga bagay na ito'y nababanat
Nang husto bago maglaho nang tuluyan sa
Kadiliman. Maihahambing daw ang pagkahulog
Ng isang bagay sa isang black hole sa kung
Paano natin sinisipsip ang isang hibla ng
Spaghetti tungo sa ating bibig. Hindi pa tiyak
Kung anong nasa loob ng mga bagay na ito
Kaya sila natawag na mga butas ng kadiliman.

Mahiwaga't nakamamangha ang larawan
Ng sansinukob na iniwan sa atin ni Einstein.
Sinasabi din sa Teoryang General Relativity pa din
Ni Einstein na posible ang maglakbay sa oras
Kung papabaluktutin natin ang espasyo
Upang mas mapalapit ang kasalukuyan at

Moreover, according to this theory
Of Einstein, there were places in the universe
Where spacetime is so distorted
That its pull is so strong that not even light
Could escape. These places
Are called black holes. At first,
These things were only predictions but later
We found out that they were widespread in the universe.
Black holes were formed when
An old star collapses
On its own mass. Things that go
Near a black hole were stretched
Really hard until it hugs the
Oblivion. We can compare how
Objects fall to a black hole to
How we sip a strand
Of spaghetti towards our mouths. We aren't sure yet
What's inside these things
That's why we call them black holes.

Einstein left us a magical and
Enchanting picture of the universe.
According to the Einstein's General Relativity,
It is possible to travel through time
If we could we could bend spacetime
To put the present close

Malayong hinaharap. Ang esporas ay tila
Isang papel daw kung saan sa isang dulo'y
Ang kasalukuyan at sa kabila'y ang
Malayong hinaharap. Kung ating tutupiin
Ang papel mas mapagpapalapit natin ang
Dalawang dulo. Sino kayang hangal ang
Lalapastangang sumilip sa hinaharap?

Grabidad ang siyang nagdidikta ng timbang
Ng isang bagay hindi ng bigat. Sinasabing ang
Timbang ng mga bagay ay nakadepende sa
Layo o lapit nito sa gitna o sentro de grabidad
Ng planeta. Ang dalawang kilong bigas sa
Unang palapag ay maaaring maging isa't
Kalahati kung dadalhin sa mas mataas na
Palapag. Ito'y dahil may pinagkaiba ang
Timbang at bigat. Ang timbang ay ang
Sukat kung gaano kalakas ang hatak ng
Grabidad sa isang bagay, habang ang bigat
Naman ay ang masa o dami ng atom o
Enerhiya sa isang bagay. Bakit nga ba
May bigat ang mga bagay? Sinasabing ang

Bigat ng mga korpuskulo sa kalawakan ay
Idinidikta ng Mekanismong Higgs na iginuhit
Ng siyentipikong si Peter Higgs. Ayon dito'y
May isang *Higgs field* na sumasakop sa
Buong sansinukob. Binubuo ito ng mga

To the distant future. Spacetime is like
A piece of paper where in one end
You have the present while on the other end
lies the distant future. If we could fold
The paper we could make the two sides
Close to each other. What kind of a fool
Would dare to take a glimpse of the future?

Gravity is the one giving objects
Their weight not their mass. It has been said
That the weight of an object depends on
How far or near it is to the source or center of gravity.
Of the planet. A two kilogram rice in
The first floor can become one and
A half if we bring it to a much higher
Floor. This is because there is a difference
Between weight and mass. Weight is the
Measure of how strong the pull of
Gravity exerted to an object, while mass
Is the amount of atoms or
Energy of an object. Why do
Things have mass? It has been said

That the mass of the particles in the universe is
Being dictated by the Higgs Mechanism sketched
By the scientist Peter Higgs. According to this theory,
There is a Higgs Field occupying
The whole universe made up of

Sub-korpuskulong *Higgs boson*. Kung wala
Daw ang Higgs field, malayang makakalipad
Ang mga korpuskulo—kasing laya at kasing
Gulo ng tulad ng ating nakikita sa isang
Patay na estasyon sa telebisyon. Anya'y
Nauuntog ang mga korpuskulo sa mga Higgs
Boson at dahil dito'y bumabagal sila't
Nagkakaroon ng bigat. May mangilan-ngilang
Mga korpuskulong di-naaapektuhan ng
Higgs field, tulad ng mga photon na
Walang kabigat-bigat sa katawan. Upang

Mailagay natin ang mga bagay sa perspektiba,
Isipin mong ang Higgs field ay tila isang
Baha. Ang mga taong sumusuong at
Napapabagal ng baha'y ang mga korpuskulong
Apektado ng field, habang ang mga ibong
Lumilipad na di-apektado ng baha'y ang
Mga photon. Ayon sa ilang siyentipiko,

Meron pang panlimang galamay ang
Kalikasan. May mangilan-ngilan nang mga
Teoryang nagsulputan upang suportahan
Ang eksistensya ng panlimang pwersang ito.
Maaari daw na kasing hina ng grabitasyon
Ang pwersang ito kaya tayo nahihirapang
Makita ito. Maaari din daw na maipaliwanag
Ng pwersang ito ang misteryosong Materia Negra

Sub-particles called Higgs boson. If there is
No Higgs field, particles could be
Flying freely everywhere—as free and as
Chaotic as what you could see in a
Dead station of a television.
Particles were bouncing to the Higgs
Boson and, because of this, they're slowing
Down—and this is why they acquire mass. Some
Particles remain unaffected by
The Higgs field, like the weightless
Photons. In order to

Put things into perspective,
Think of the Higgs field as a
Flood. People who were trying to go through
The flood and being slowed down by it are the particles
Affected by the field, while the birds
That fly and unaffected by the flood are
The photons. According to some scientists,

Nature has a fifth hand. There some theories sprouting
Supporting the existence of a fifth force.
It is possible that this force is as weak as gravity
That's why we are having a hard time detecting it.
It has also been said that this force
Could explain the mysterious Dark Matter

O *Dark Matter* na sinasabing nakakaapekto sa
Grabitasyon ng mga bituwin sa mga galaksi.

Sinasabing ang mga ordinaryong matter (kung
Saan tayo nabibilang) ay bumubuo lamang sa
Halos limang pursyento ng sansinukob, habang
Ang materia negra ay bumubuo naman sa
Halos dalawampu't pitong pursyento. Ang
Natitirang anim na pu't walong pursyento
Naman ay hawak ng isa ring misteryosong
Enerhiya Negra o *Dark Energy* na sinasabing
Enerhiya na nagmumula sa Dakilang Pagsabog
Na dahilan daw kung bakit lumalawak ang uniberso.

Kay dakila ng mga kamay ng apong
Bangun-Bangun. Kay engrande ng
Disenyong kanyang hinabi. Bathala ng
Mga kosmikong alon, pahintulutan nawa
Kaming mga di-matahimik na isip
Na lubusan pang maunawaan ang iyong
Mga gawa. Papuri sa'yo Apong Bangun
At sa iyong anak na si Inang Gaya na
Kaluluwa ng humihingang Daigdig!

Or *Materia Negra* that was said to
Affect the gravitation of stars in galaxies.

They say that ordinary matter (where
We, humans, belong) make up only
Five percent of the universe, while
Dark Matter occupies twenty seven percent,
And the remaining sixty eight
Is being occupied by another mysterious
Dark Energy or *Enerhiya Negra* that was said
To be the energy from the Big Bang
And the reason why the universe inflates.

How great your hands are o father
Bangun-Bangun! How grand is
The design you've weaved! God of
The cosmic tides, please let
Our untiring minds
Deeply understand your works.
Praise unto you Father Bangun
And your daughter Mother Gaea,
Soul of the living Earth!

Ang Diyos ni Espinoza

At gumising sa kawalan si Espinoza.
Natagpuan niya ang sarili sa isang malawak na kwarto
Kung saan ang dilim ang tanging bagay na naririto
Bukod sa kanya.
Sa kwartong ito nagparamdam ang isang lindol
Na dulot ng isang naglalakad na higante.
Sa paglingon ni Espinoza sa kanyang likod
Ay natagpuan niya ang Diyos.

Sa libo-libong taong paghahanap ng tao sa tunay na diyos,
Libo-libo nang galon ng dugo ang dumanak.
Minsan ring inakala ng tao na libo-libo ang mga diyos
At kalauna'y nakuntento sa isa.
Minsan niyang kinilala ang diyos bilang
Ang kupal na si Yahweh.
Minsan niya ring inakalang nagkatawang tao
Ang diyos sa katauhan ni Kristo.
Minsa'y pinakilala niya ito bilang si Allah
Na mahilig maghabi ng mga salitang tumutugma.

Ngayon, nagpakita ang diyos sa harap ni Espinoza.
Hindi niya pa makita ang mukha nito
Ngunit alam niyang dumudungaw ito sa kanya.
Mistula siyang langgam sa harap nito.
Nasa harap niya ang dambuhalang paa ng diyos
Na sinlaki ng Estados Unidos.

Spinoza's God

And Spinoza wakes up in the darkness.
He finds himself in a vast room
Where darkness is the only thing there
Except him.
In the room he senses a quake
Made by a walking giant.
Spinoza turns to his back
And he found God.

For thousands of years of man's search for the true god,
Thousands of gallons of blood has been shed.
Man once thought that the gods were thousands in number
But later he confines himself to one.
Once, he identified god
As the angsty Yahweh.
Once, he thought that god
Turns himself into a man in the image of Christ.
Once, he introduces god as Allah
Who is fond of weaving and rhyming words.

Now, God shows himself to Spinoza.
He was not able to see God's face yet
But he knows that God is looking down at him.
He looks like an ant in front of him.
In his front is God's massive foot
As big as the United States.

Nang tingalain ni Espinoza ang diyos,

Nakita niya ang kalawakan.

Nakita niya ang araw at mga planetang nagrerebolusyon.

Nakita niya ang mga galaksi.

Sa kaliwang bahagi ng dibdib ng diyos,

Naaninag niya ang daigdig

Habang ang kaliwang braso'y

Natagpuan niyang punong-puno ng mga puno't halaman.

Sa natitirang mga bahagi ay mawawari mong

Isang karagatan ng quantum

Na binuburdahan ng mga numero.

Sa pagtingala ni Espinoza'y nakita niya ang kalikasan—

Isang buhay at dinamikong diyos!

—WAKAS

Spinoza looks up to God,

He sees the universe.

He sees the sun and the planets revolving around.

He sees the galaxies.

On the right side of God's chest,

He takes a glimpse of the earth

And sees his left arm

Full of trees and plants.

The rest of the body he sees

A sea of quantum

Tattooed with numbers.

Spinoza gazes and sees nature—

A living and dynamic god!

—THE END

ACKNOWLEDGEMENTS

I am in debt to a lot of people for making the publication of this poem possible, including those who I did not expected to reach their hands to help me. To you I give my deepest thanks.

First of all, to my sweet girlfriend Kriselle Cartalla for her untiring support and who lift me whenever I feel down. She also served as my Tagalog editor.

To the scientist Dr. Reinabelle Reyes—the "woman who proved Einstein right"—for her unconditional support, and writing the introduction and publishing excerpts of this poem in her science zine.

To a friend Franel Poliquit for kind-heartedly giving her slot in Authorhouse to me. Without her, you won't be even reading this.

To another friend Marikit Arellano the superb artist who provided the amazing indigenous illustrations and cover art for this book.

Shout out to my family: my father Darwin, my mother Maria Theresa, and my little brother William.

Shout out to my homies: Sir Dima, Boyet Gutierez, Boss Mae Tuaño, Tricia Turla, John Paul Misierable, Ate Ran Simangan, Hiroshi Dizon, Marge Palanas, Ate Chix Abiller, Flo Llorin, Bettina Mañacop, Yo Saludes, and Paul Guevarra.

Shout out to my Lectives and Comrades: Teri Malicot, Charina Claustro, Marc Lino Abila, Belen, Mik-Mik, Jon-Jon, Ron-Ron, Ate-Ateng, Michael Joselo, Orion, Andeng, Arvin, Biggs, and Ruben Castañares.

Shout out to Pidabs People: Armin Vibar, Ferlyn Savariz, Aristedes Cuarteros, Ate Ellaine Dañoso, Gelai Tamayo, Elaiza Lardizabal, Carmela Gascon, Shane Dionida, Meggie Caido, Angel-Bert, Melvin, Sir Melvin, Ma'am Bubbles Villafuerte, Sir Tribs, Trisha Legata, Adam Red, Louisa Siojo, Rae Gonzaga, Princess, Sir Wyco, and Sir Bulaños.

Shout out to my idols Jun Cruz Reyes, Ricky Lee, Richard Dawkins, Stephen Hawking, Haruki Murakami, Dan Brown, and Bill Bryson.

Shout out to Nadine Lustre, Kiana Valenciano, and Emma Watson.

ABOUT THE AUTHOR

JUBERT CABREZOS is a poet, screenwriter, and journalist from Cagayan de Oro City in Mindanao. He currently lives in North Caloocan with his family.

Printed in the United States
By Bookmasters